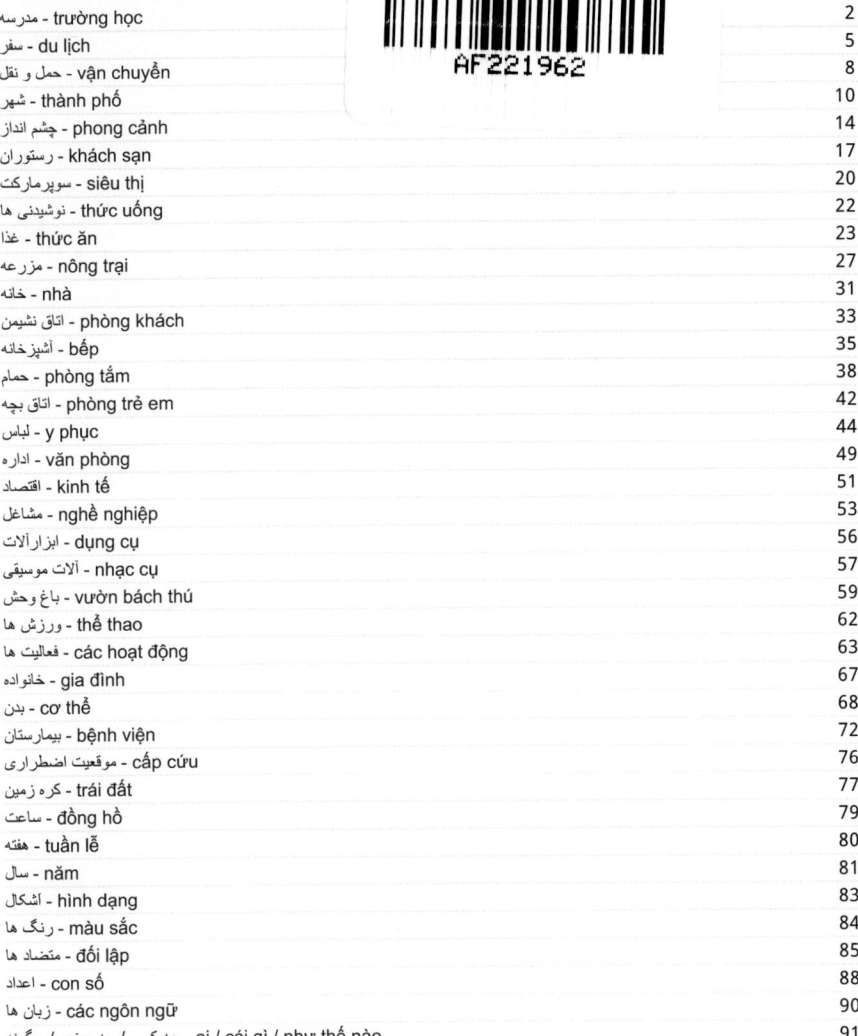

Impressum
Verlag: BABADADA GmbH, Nedderfeld 112 , 22529 Hamburg
Geschäftsführer / Verlagsleitung: Harald Hof
Druck: Books on Demand GmbH, In de Tarpen 42, 22848 Norderstedt

Imprint
Publisher: BABADADA GmbH, Nedderfeld 112 , 22529 Hamburg, Germany
Managing Director / Publishing direction: Harald Hof
Print: Books on Demand GmbH, In de Tarpen 42, 22848 Norderstedt, Germany

مدرسه

trường học

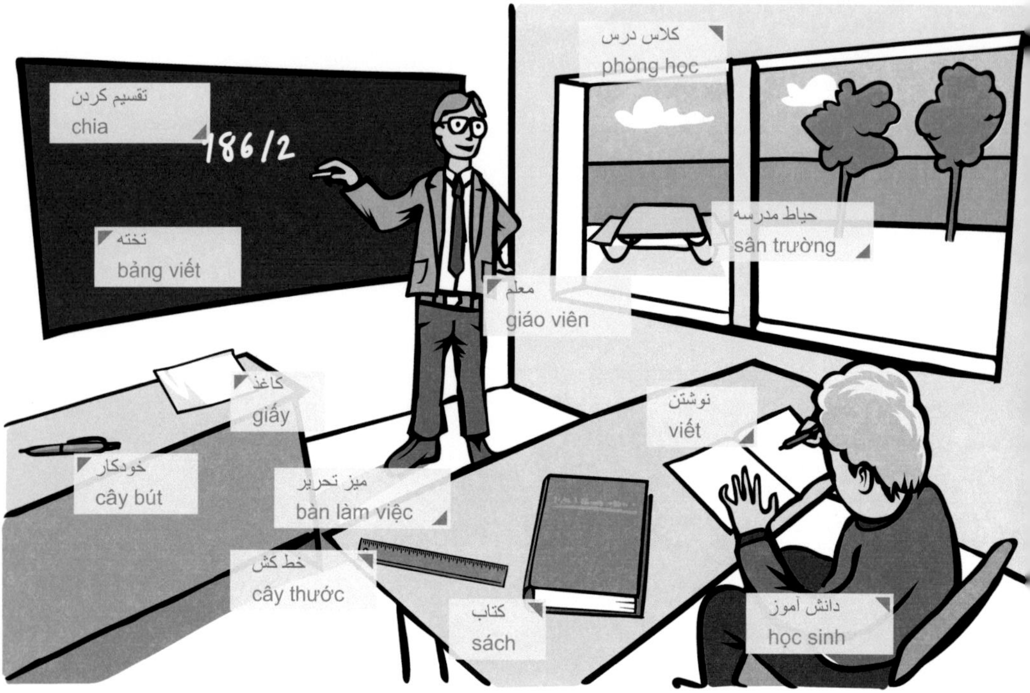

کلاس درس
phòng học
تقسیم کردن
chia
186/2
تخته
bảng viết
حیاط مدرسه
sân trường
معلم
giáo viên
کاغذ
giấy
نوشتن
viết
خودکار
cây bút
میز تحریر
bàn làm việc
خط کش
cây thước
کتاب
sách
دانش آموز
học sinh

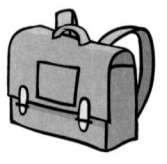

کیف مدرسه

cặp đeo vai học sinh

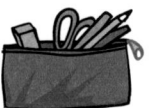

جامدادی

hộp đựng bút

مداد

bút chì

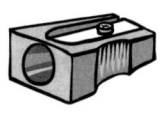

تراش

cái gọt bút chì

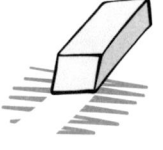

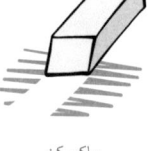

پاک کن

cục tẩy

دفتر رسم

tập giấy vẽ

طراحى

bản vẽ

قلم مو

cọ vẽ

جعبه ى آبرنگ

hộp mực vẽ

قیچى

cây kéo

چسب

keo dán

کتاب تمرین

sách bài tập

تکلیف خانه

bài tập ở nhà

رقم

số

جمع کردن

cộng

تفریق کردن

trừ

ضرب کردن

nhân

محاسبه کردن

tính toán

حرف الفبا

chữ cái

ABCDEFG
HIJKLMN
OPQRSTU
VWXYZ

الفبا

bảng chữ cái

کلمه

từ

متن

văn bản

خواندن

đọc

گچ

phấn viết

درس

bài học

ثبت نام

sổ lớp

امتحان

thi kiểm tra

مدرک رسمی

chứng chỉ

لباس مدرسه

đồng phục học sinh

تحصیلات

giáo dục

دانشنامه

từ điển bách khoa

دانشگاه

đại học

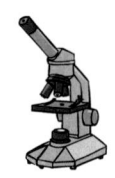

میکروسکوپ

kính hiển vi

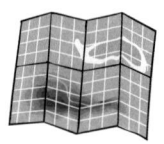

نقشه

bản đồ

سبد کاغذ باطله

thùng rác giấy

سفر

du lịch

هتل
khách sạn
Grand
مسافرخانه
nhà trọ
ROOMS
CHANGE
صرافی
quầy đổi tiền
چمدان
va li
اتومبیل
xe ô tô

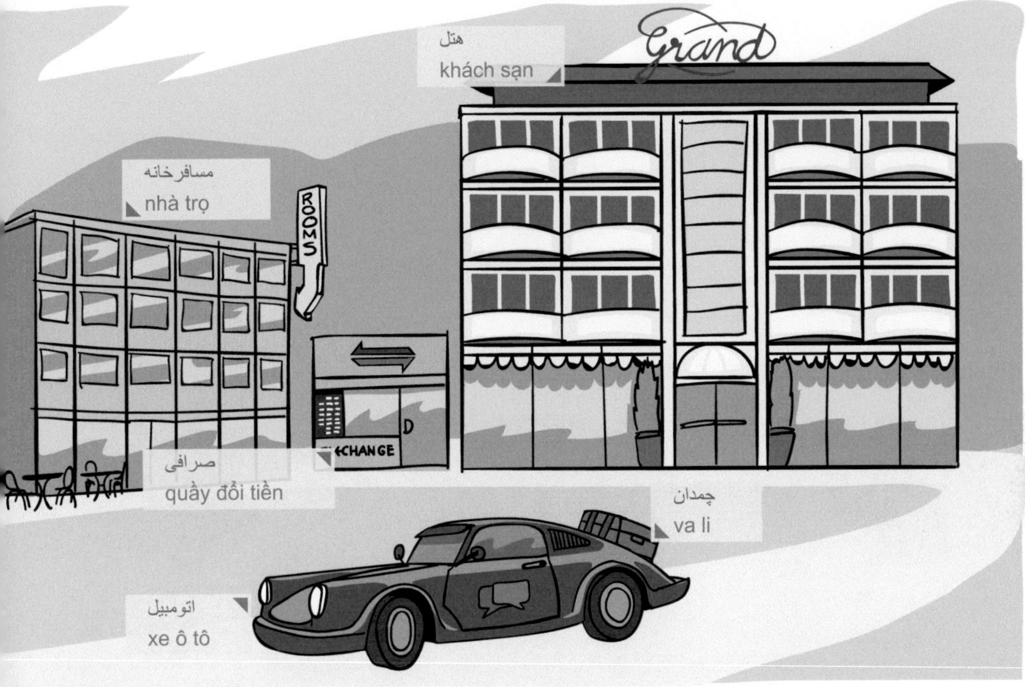

زبان
ngôn ngữ

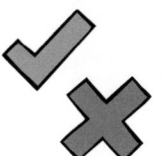

بله / خیر
có / không

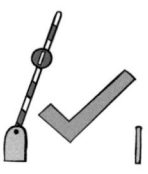

اُکی
ô kê

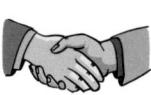

سلام
Xin chào

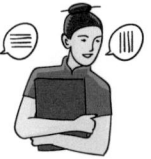

مترجم
thông dịch viên

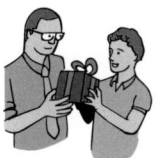

ممنون
cám ơn

قیمت ... چه قدر است؟

... bao nhiêu tiền?

من متوجه نمی شوم

tôi không hiểu

مشکل

vấn đề

عصر بخیر! / شب بخیر!

Xin chào! (buổi tối)

صبح بخیر!

xin chào! (buổi sáng)

شب بخیر!

chúc ngủ ngon!

خداحافظ

tạm biệt

جهت

hướng đi

بار سفر

hành lý

کیف

túi xách

کوله پشتی

túi ba lô

مهمان

khách

اتاق

phòng

کیسه خواب

túi ngủ

خیمه

lều

مرکز راهنمای گردشگران

thông tin du lịch

ساحل

bãi biển

کارت اعتباری

thẻ tín dụng

صبحانه

ăn sáng

نهار

ăn trưa

شام

ăn tối

بلیط

vé xe

آسانسور

thang máy

مهر

tem bưu điện

مرز

biên giới

گمرک

hải quan

سفارتخانه

đại sứ quán

ویزا

thị thực

گذرنامه

hộ chiếu

حمل و نقل

vận chuyển

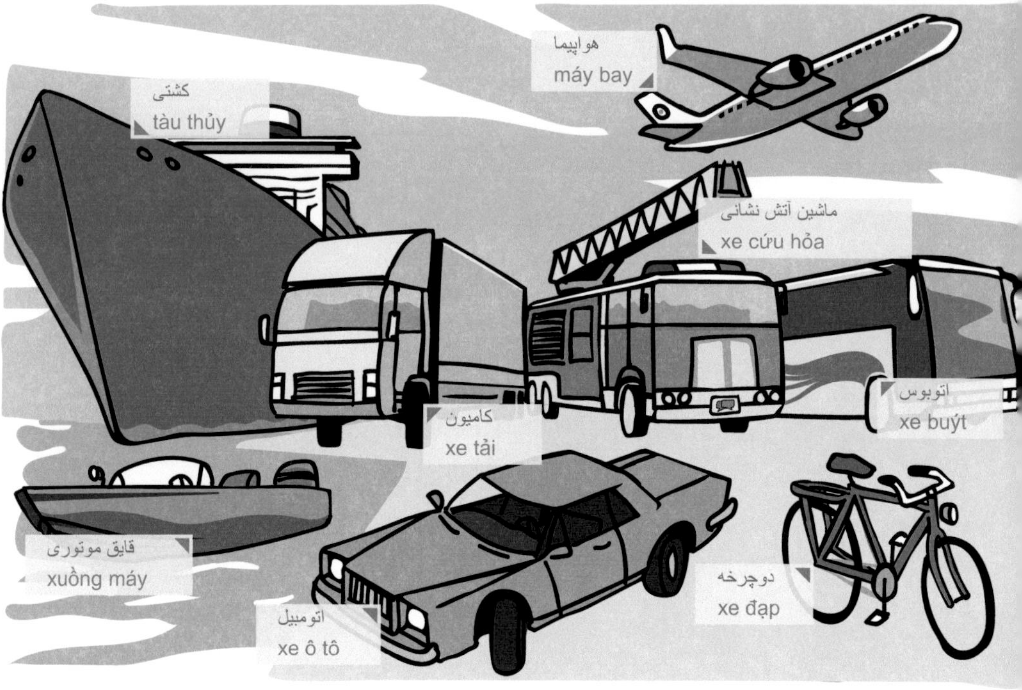

هواپیما
máy bay
کشتی
tàu thủy
ماشین آتش نشانی
xe cứu hỏa
کامیون
xe tải
اتوبوس
xe buýt
قایق موتوری
xuồng máy
دوچرخه
xe đạp
اتومبیل
xe ô tô

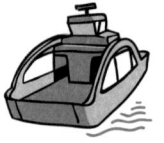

کشتی مسافربری

phà

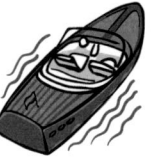

قایق

xuồng

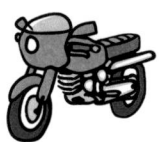

موتورسیکلت

xe máy

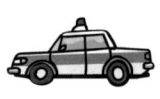

ماشین پلیس

xe cảnh sát

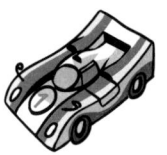

ماشین مسابقه

xe đua

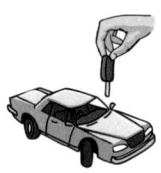

ماشین کرایه ای

xe cho thuê

به اشتراک گذاری اتوموبیل

dịch vụ thuê xe tự lái

جرثقیل

xe kéo cứu hộ

ماشین حمل زباله

xe rác

موتور

động cơ

بنزین

xăng

پمپ بنزین

trạm xăng

تابلو راهنمایی و رانندگی

biển báo giao thông

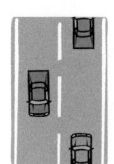

عبور و مرور

giao thông

ترافیک

ách tắc giao thông

پارکینگ

bãi đậu xe

ایستگاه قطار

nhà ga

ریل راه آهن

đường ray

قطار

xe lửa

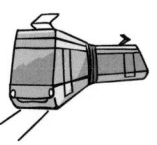

قطار برقی

tàu điện

واگن

toa xe

هلیکوپتر

máy bay trực thăng

فرودگاه

sân bay

برج

tháp

مسافر

hành khách

کانتینر

côngtenơ

کارتن

thùng các-tông

گاری

xe đẩy

سبد

cái giỏ

به پرواز درآمدن / فرود آمدن

cất cánh / hạ cánh

شهر
thành phố

دهکده

làng

مرکز شهر

trung tâm thành phố

خانه

nhà

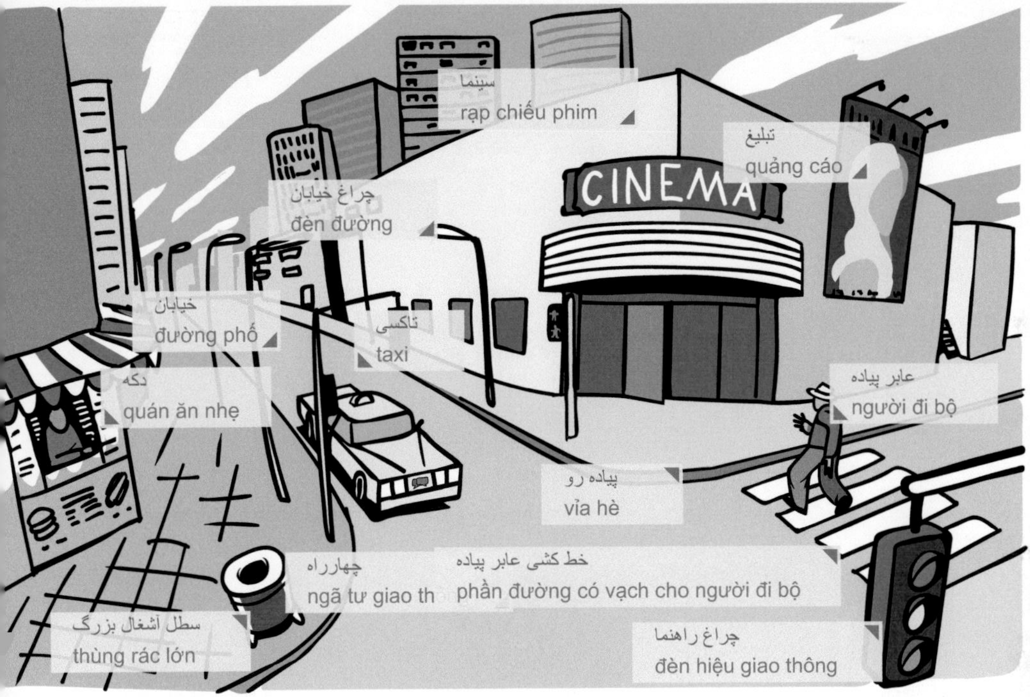

سینما
rạp chiếu phim

تبلیغ
quảng cáo

چراغ خیابان
đèn đường

خیابان
đường phố

تاکسی
taxi

دکه
quán ăn nhẹ

عابر پیاده
người đi bộ

پیاده رو
vỉa hè

خط کشی عابر پیاده
phần đường có vạch cho người đi bộ

چهارراه
ngã tư giao th

سطل آشغال بزرگ
thùng rác lớn

چراغ راهنما
đèn hiệu giao thông

کلبه
....
nhà chòi

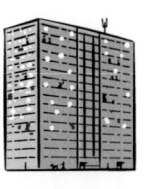

آپارتمان
....
căn hộ

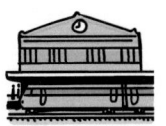

ایستگاه قطار
....
nhà ga

ساختمان شهرداری
....
tòa thị chính

موزه
....
viện بازار
viện bảo tàng

مدرسه
....
trường học

دانشگاه

đại học

بانک

ngân hàng

بیمارستان

bệnh viện

هتل

khách sạn

داروخانه

hiệu thuốc

اداره

văn phòng

کتابفروشی

hiệu sách

مغازه

cửa hiệu

گل فروشی

cửa hiệu bán hoa

سوپرمارکت

siêu thị

بازار

chợ

فروشگاه بزرگ

cửa hàng bách hóa

ماهی فروش

người bán cá

مرکز خرید

trung tâm mua bán

بندر

bến cảng

پارک

công viên

نیمکت

ghế băng

پل

cầu

پله

cầu thang

مترو

tàu điện ngầm

تونل

đường hầm

ایستگاه اتوبوس

trạm xe buýt

میخانه

quán bar

رستوران

khách sạn

صندوق پست

hòm thư công cộng

تابلوی خیابان

bảng hiệu đường

دستگاه پارکومتر

đồng hồ đậu xe

باغ وحش

vườn bách thú

استخر شنای عمومی

bể bơi

مسجد

nhà thờ Hồi giáo

مزرعه

nông trại

آلودگی محیط زیست

ô nhiễm môi trường

قبرستان

nghĩa trang

کلیسا

nhà thờ

زمین بازی

sân chơi

معبد

ngôi đền

چشم انداز

phong cảnh

برگ
lá cây

تابلوی راهنمای مسیر
bảng chỉ đường

راه
lối đi

چمنزار
bãi cỏ

سنگ
hòn đá

راه نورد
người đi bộ đường dài

درخت
cây

رودخانه
sông

چمن
cỏ

گل
bông hoa

دره

thung lũng

تپه

đồi

دریاچه

hồ nước

جنگل

rừng

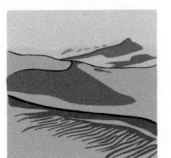

بیابان

sa mạc

کوه آتشفشان

núi lửa

قلعه

lâu đài

رنگین کمان

cầu vồng

قارچ

nấm

درخت نخل

cây cọ

پشه

con muỗi

مگس

con ruồi

مورچه

con kiến

زنبور

con ong

عنکبوت

con nhện

سوسک

bọ cánh cứng

قورباغه

con ếch

سنجاب

con sóc

جوجه تیغی

con nhím

خرگوش صحرایی

con thỏ

جغد

con cú

پرنده

con chim

قو

thiên nga

گراز

heo rừng

گوزن نر

con hươu

گوزن شمالی

nai sừng tấm

سد آب

đê

توربین بادی

tuabin gió

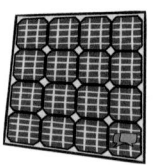

صفحه ی خورشیدی

tấm năng lượng mặt trời

آب و هوا

khí hậu

رستوران

khách sạn

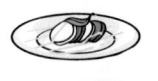

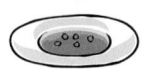

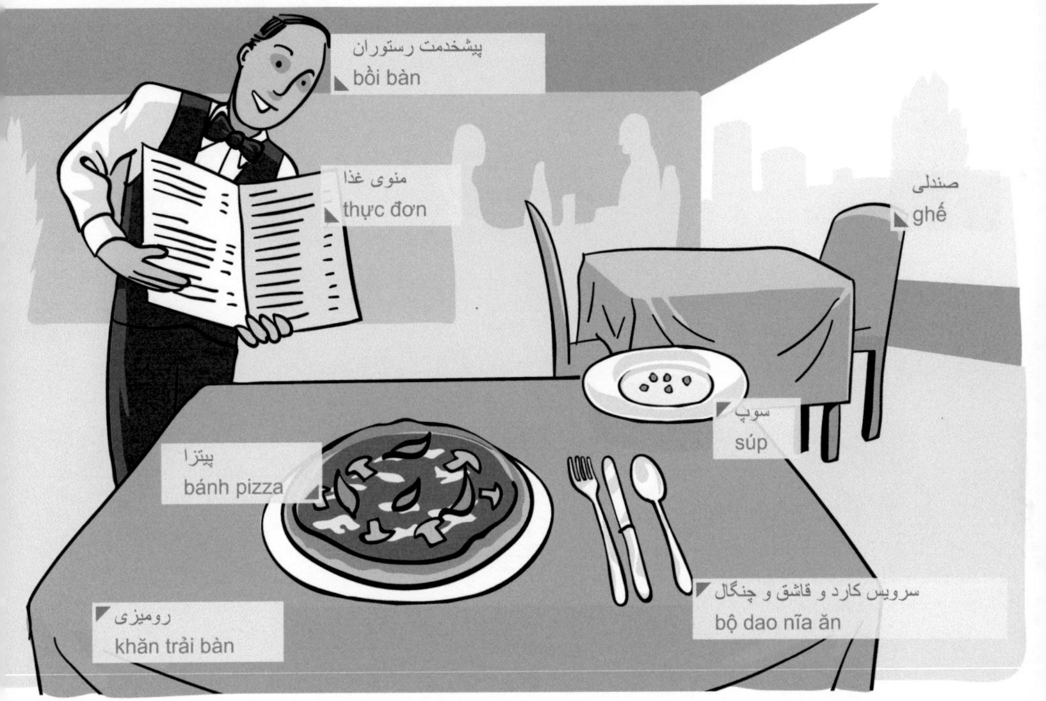

پیشخدمت رستوران
bồi bàn
منوی غذا
thực đơn
صندلی
ghế
سوپ
súp
پیتزا
bánh pizza
سرویس کارد و قاشق و چنگال
bộ dao nĩa ăn
رومیزی
khăn trải bàn

پیش‌غذا

món ăn khai vị

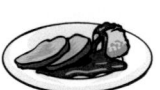

غذای اصلی

món ăn chính

دسر

món tráng miệng

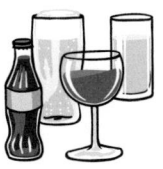

نوشیدنی ها

thức uống

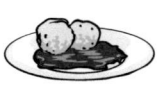

غذا

thức ăn

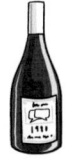

بطری

cái chai

فست فود

thức ăn nhanh

اغذیه خیابانی

thức ăn đường phố

قوری

ấm trà

قندان

hộp đường

پُرس غذا

khẩu phần

دستگاه اسپرسو

máy pha espresso

صندلی پایه بلند غذاخوری بچه

ghế cao

صورتحساب

hóa đơn

سینی

khay

چاقو

dao

چنگال

nĩa

قاشق

thìa

قاشق چایخوری

thìa uống trà

دستمال سفره

khăn ăn

لیوان

cốc thủy tinh

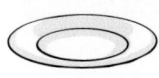

بشقاب

đĩa

بشقاب سوپخوری

đĩa súp

نعلبکی

đĩa lót cốc

سس

nước sốt

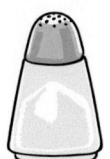

نمکدان

lọ muối

فلفل ساب

cái xay tiêu

سرکه

giấm

روغن خوراکی

dầu

ادویه جات

gia vị

سس کچاپ

nước xốt cà chua

سس خردل

tương hạt cải

سس مایونز

nước sốt mayonnaise

سوپرمارکت

siêu thị

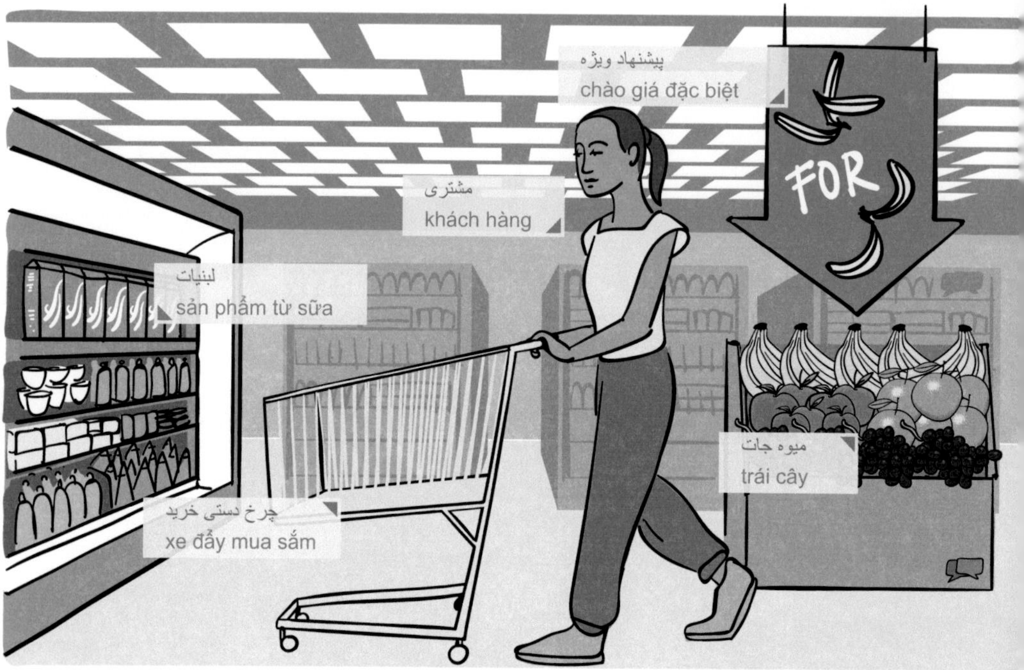

پیشنهاد ویژه
chào giá đặc biệt
FOR
مشتری
khách hàng
لبنیات
sản phẩm từ sữa
میوه جات
trái cây
چرخ دستی خرید
xe đẩy mua sắm

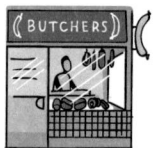

BUTCHERS

قصابی

lò mổ

BAKERY

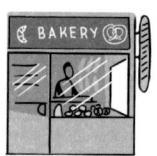

نانوایی

cửa hiệu bán bánh mì

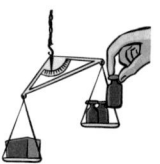

وزن کردن

cân nặng

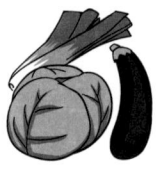

سبزیجات

rau quả

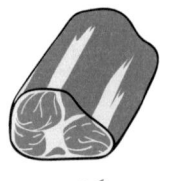

گوشت

thịt

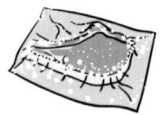

غذای منجمد

thức ăn đông lạnh

مخلوطی از انواع کالباس یا پنیر که
ورقه ای بریده شده باشند

lát thịt nguội

غذای کنسروی

đồ hộp

پودر لباسشویی

bột giặt

شیرینی جات

đồ ngọt

لوازم خانگی

sản phẩm dùng trong gia
đình

ماده شوینده و پاک کننده

chất tẩy rửa

فروشنده

người bán hàng

صندوق پرداخت

quầy trả tiền

صندوقدار

nhân viên thu ngân

لیست خرید

danh sách mua sắm

ساعات کار

giờ mở cửa

کیف پول

ví tiền

کارت اعتباری

thẻ tín dụng

کیف

túi đeo

کیسه ی پلاستیکی

túi ny lông

آب

نước

آبمیوه

nước quả ép

شیر

sữa

نوشابه کوکاکولا

coca-cola

شراب

rượu vang

آبجو

bia

الکل

cồn

کاکائو

cacao

چای

trà

قهوه

cà phê

قهوه اسپرسو

espresso

کاپوچینو

cappuccino

موز

chuối

سیب

quả táo

پرتقال

quả cam

انواع هندوانه و خربزه

dưa hấu

لیمو

chanh

هویج

cà rốt

سیر

tỏi

نی بامبو

tre

پیاز

củ hành

قارچ

nấm

آجیل

hạt dẻ

ماکارونی

mì

اسپاگتی

mì spaghetti

برنج

cơm

سالاد

xà lách

سیب زمینی سرخ کرده

khoai tây chiên

سیب زمینی سرخ شده

khoai tây chiên

پیتّزا

bánh pizza

همبرگر

bánh hamburger

ساندویچ

bánh mì sandwich

شنیتسل

thịt côtlet

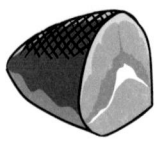

ژامبون خوک

thịt giăm bông

سالامی

xúc xích

سوسیس

dồi

مرغ

gà

نوعی گوشت سرخ شده

rán

ماهی

cá

جوی پرک شده

cháo yến mạch

نوعی صبحانه مخلوطی از برگه ذرت و
میوه های خشک شده و خشکبار که
معمولا با شیر خورده می شود

cháo muesli

کورن‌فلکس

bánh bột ngô nướng

آرد

bột mì

کرواسان

bánh sừng bò

نان بروتشن

bánh mì

نان

bánh mì

نان تست

bánh mì nướng

بیسکویت

bánh bích quy

گره

bơ

کشک

sữa đông

کیک

bánh ngọt

تخم مرغ

trứng

تخم مرغ نیمرو

trứng rán

پنیر

pho mát

بستنی

kem

شکر

đường

عسل

mật ong

مربا

mứt

کرم شکلاتی بادامی

kem nougat

ادویه کاری

cà ri

مزرعه

nông trại

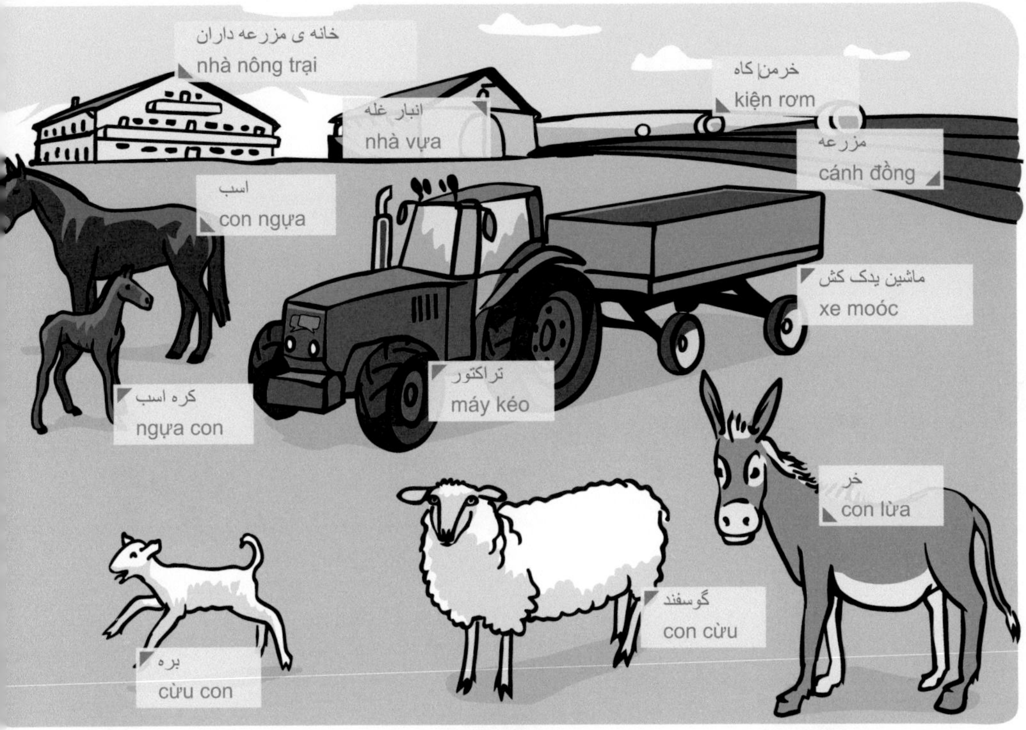

خانه ی مزرعه داران
nhà nông trại
انبار غله
nhà vựa
خرمن‌گاه
kiện rơm
مزرعه
cánh đồng
اسب
con ngựa
ماشین یدک کش
xe moóc
تراکتور
máy kéo
کره اسب
ngựa con
خر
con lừa
گوسفند
con cừu
بره
cừu con

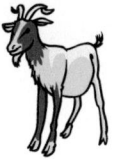

بز

con dê

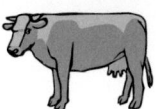

گاو ماده

con bò

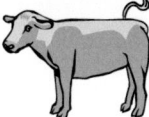

گوساله

con bê

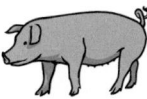

خوک

con lợn

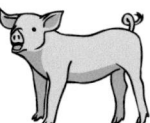

بچه خوک

lợn con

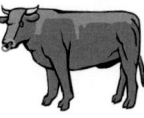

گاو نر

bò đực

غاز

con ngỗng

اردک

con vịt

جوجه

gà con

مرغ

gà mái

خروس

gà trống

موش صحرایی

con chuột

گربه

mèo

موش

chuột nhắt

گاو نر اخته

bò đực

سگ

con chó

لانه ی سگ

nhà chuồng chó

شلنگ باغبانی

ống tưới vườn cây

آبپاش

thùng tưới cây

داس دسته بلند

lưỡi hái

گاوآهن

cái cày

داس

cái liềm

كج بيل

cái cuốc

چنگک باغبانی

cái chĩa

تبر

cái rìu

فرقون

xe cút kít

آبشخور

máng ăn

بطری نگهداری شیر

lọ sữa

كيسه

bao tải

حصار

hàng rào

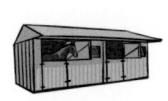

اصطبل

chuồng

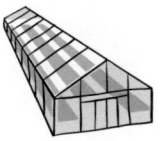

گلخانه

nhà kính trồng cây

خاک

đất trồng

بذر

hạt giống

كود

phân bón

ماشین کمباین

máy gặt đập liên hợp

برداشت کردن محصول

thu hoạch

محصول

mùa thu hoạch

تمیس

khoai lang

گندم

lúa mì

سویا

đậu nành

سیب زمینی

khoai tây

ذرت

ngô

کلزا

hạt cải dầu

درخت میوه

cây ăn trái

گیاه مانیوک

sắn

غلات

ngũ cốc

خانه

nhà

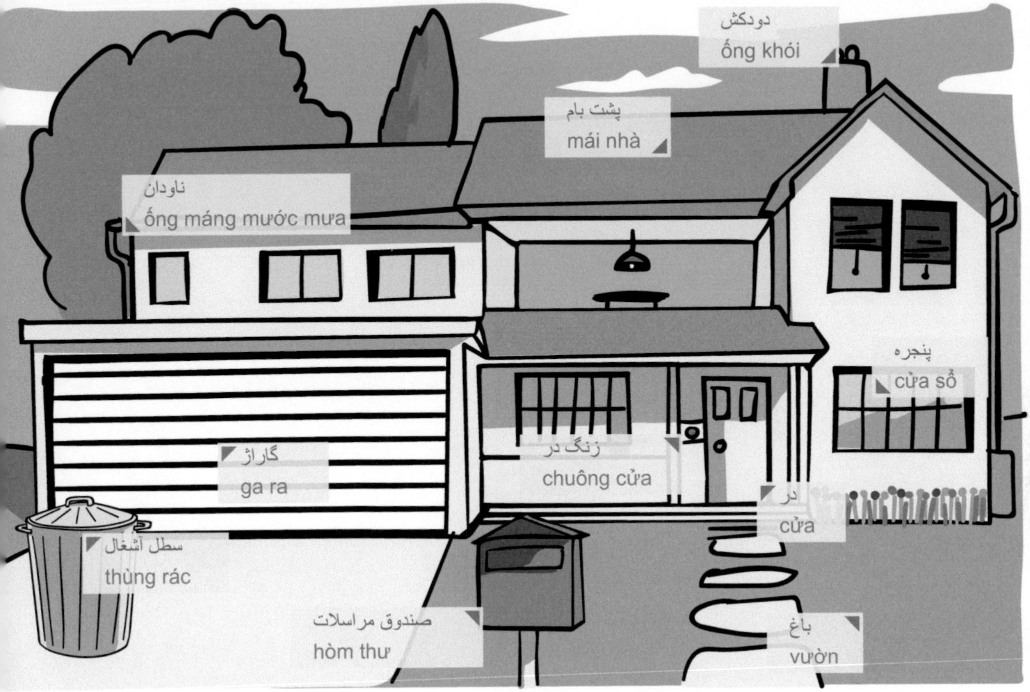

دودکش
ống khói
پشت بام
mái nhà
ناودان
ống máng mước mưa
پنجره
cửa sổ
گاراژ
ga ra
زنگ در
chuông cửa
در
cửa
سطل آشغال
thùng rác
صندوق مراسلات
hòm thư
باغ
vườn

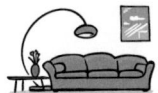

اتاق نشیمن

phòng khách

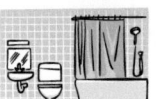

حمام

phòng tắm

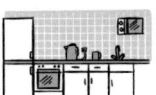

آشپزخانه

bếp

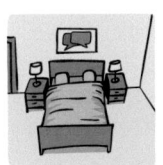

اتاق خواب

phòng ngủ

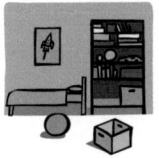

اتاق بچه

phòng trẻ em

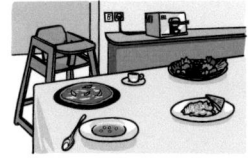

ناهارخوری

phòng ăn

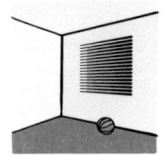

كف زمين

nền nhà

ديوار

tường

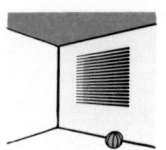

سقف

trần nhà

زيرزمين

tầng hầm

سونا

tắm hơi

بالكن

ban công

تراس

sân hiên

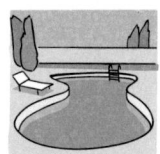

استخر

bể bơi

ماشين چمنزنی

máy cắt cỏ

ملافه

khăn trải giường

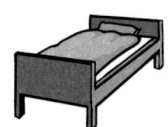

روتختی

khăn trải giường

تخت خواب

giường

جارو

chổi

سطل

cái xô

سويچ يا كليد

công tắc điện

اتاق نشیمن
phòng khách

کاغذ دیواری
giấy dán tường
عکس
hình ảnh
لامپ
đèn
قفسه
cái kệ
کابینت
tủ
تلویزیون
ti vi
شومینه
lò sưởi
گل
bông hoa
کوسن
gối
کاناپه
ghế sofa
گلدان
bình hoa
کنترل تلویزیون و ویدئو و غیره
điều khiển từ xa

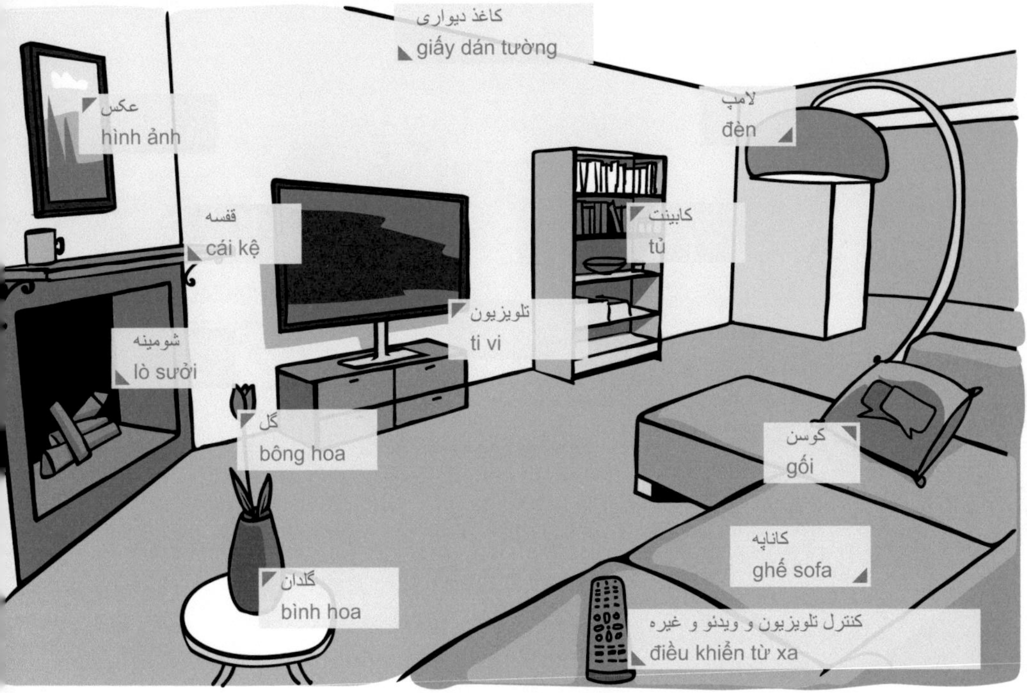

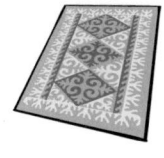

فرش

thảm

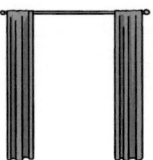

پرده

rèm

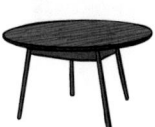

میز

cái bàn

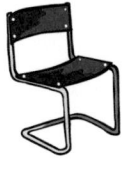

صندلی

ghế

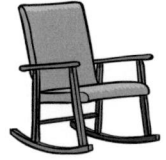

صندلی گهواره ایی

ghế bập bênh

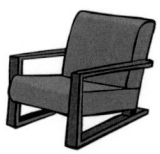

صندلی راحتی

ghế bành

كتاب

sách

لحاف

cái chăn

دكوراسيون

đồ trang trí

هيزم

củi

فيلم

phim

دستگاه ضبط صوت

máy hi-fi

كليد

chìa khóa

روزنامه

báo

تابلو نقاشى

bức tranh

پوستر

áp phích

راديو

radio

دفترچه يادداشت

sổ ghi chép

جاروبرقى

máy hút bụi

كاكتوس

cây xương rồng

شمع

cây nến

آشپزخانه
bếp

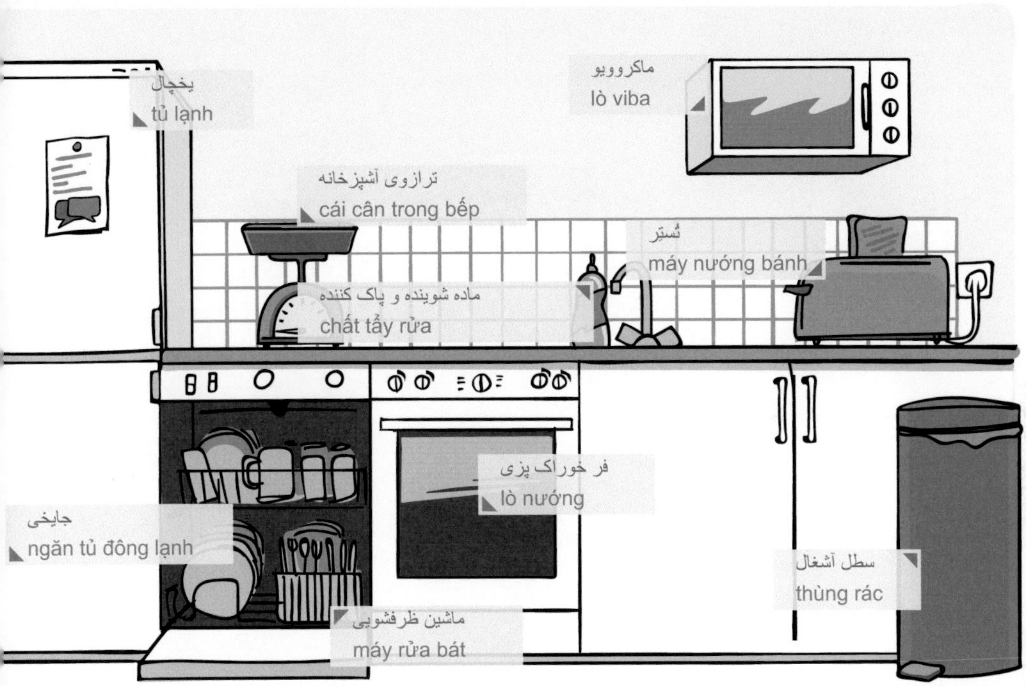

یخچال
tủ lạnh
ماکروویو
lò viba
ترازوی آشپزخانه
cái cân trong bếp
تُستر
máy nướng bánh
ماده شوینده و پاک کننده
chất tẩy rửa
فر خوراک پزی
lò nướng
جایخی
ngăn tủ đông lạnh
سطل آشغال
thùng rác
ماشین ظرفشویی
máy rửa bát

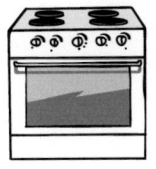

اجاق گاز
lò nấu

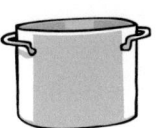

قابلمه
nồi

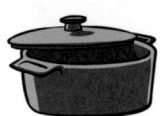

قابلمه چدنی
nồi sắt

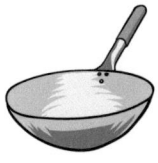

ماهی تابه گود
chảo

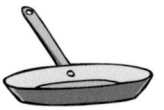

ماهی تابه
chảo

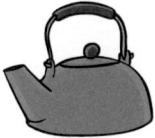

کتری
ấm đun nước

بخارپز

nồi đun hơi

سینی فر

khay lò nướng

ظرف چینی آشپزخانه

bát đĩa

لیوان

cốc

کاسه

cái bát

چاپستیک

đũa

ملاقه

cái vá

کفگیر

bàn xẻng

همزن

que đánh kem

آبکش

rây dùng trong bếp

آبکش

cái rây lọc

رنده

cái nạo

هاون

vữa

باربیکیو

vì nướng

محل مخصوص افروختن آتش

ngọn lửa trần

تخته گوشت و سبزی

cái thớt

وردنه

trục cán bột

در بطری بازکن

cái mở nút chai

قوطی

vỏ đồ hộp

در قوطی بازکن

cái mở vỏ đồ hộp

دستگیره پارچه ای

miếng nhấc nồi

سینک ظرفشویی

bồn rửa bát

برس گردگیری

bàn chải

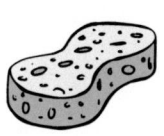

اسفنج

miếng xốp

مخلوط کن

máy xay

فریزر

tủ đông lạnh

شیشه شیر بچه

bình sữa cho trẻ sơ sinh

شیر آب

vòi nước

حمام
phòng tắm

دوش
vòi hoa sen

بخاری
lò sưởi

حوله
khăn lau

پرده ی حمام
rèm che ngăn tắm

حمام کف
tắm bọt

وان حمام
bồn tắm

لیوان
cốc thủy tinh

ماشین لباسشویی
máy giặt

کاشی
gạch lát

شیر آب
vòi nước

لگن دستشویی کودکان
cái bô

سینک ظرفشویی
bồn rửa bát

توالت
bồn cầu

توالت ایرانی
bồn cầu ngồi xổm

کاسه توالت
bồn rửa hậu môn

توالت مخصوص آقایان
bồn tiểu tiện

دستمال توالت
giấy vệ sinh

فرچه توالت
bàn chải cọ bồn cầu

مسواک

bàn chải đánh răng

خمیردندان

kem đánh răng

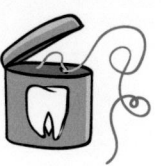

نخ دندان

chỉ nha khoa

شستن

rửa

دوش آب تلفنی

vòi sen cầm tay

شلنگ توالت

vòi rửa hậu môn

لگن روشویی

bồn rửa

برس شست و شوی پشت

bàn chải cọ lưng

صابون

xà phòng

شامپو بدن

sữa tắm

شامپو

dầu gội

لیف حمام

khăn cọ để tắm

راه آب

lỗ thoát nước

کرم

kem

اسپری دئودورانت

chất khử mùi

آيينه

gương

آيينه ى كوچک دستى

gương tay

تيغ ريش تراشى

dao cạo râu

كف ريش تراشى

kem cạo râu

افترشيو

nước thơm dùng sau khi cạo râu

شانه ى سر

cái lược

برس

bàn chải

سشوار

máy xấy tóc

اسپرى مو

keo xịt tóc

آرايش

đồ trang điểm

رژلب

thỏi son môi

لاک ناخن

sơn bôi móng

پنبه

bông

قيچى ناخن

kéo cắt móng

عطر

nước hoa

کیف لوازم آرایشی و بهداشتی *

túi đựng đồ tắm

چهارپایه

ghế đẩu

ترازو

cái cân

حوله ی پالتویی

áo choàng tắm

دستکش ظرفشویی

găng tay làm vệ sinh

تامپون

nút gạc

نوار بهداشتی

băng vệ sinh

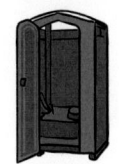

توالت سیار

nhà vệ sinh hóa chất

اتاق بچه

phòng trẻ em

ساعت زنگدار
đồng hồ báo thức
نوعی عروسک نرم به شکل حیوانات
thú bông
ماشین اسباب بازی
xe đồ chơi
جغجغه
cái lúc lắc
خانه ی عروسکی
nhà búp bê
کادو
món quà

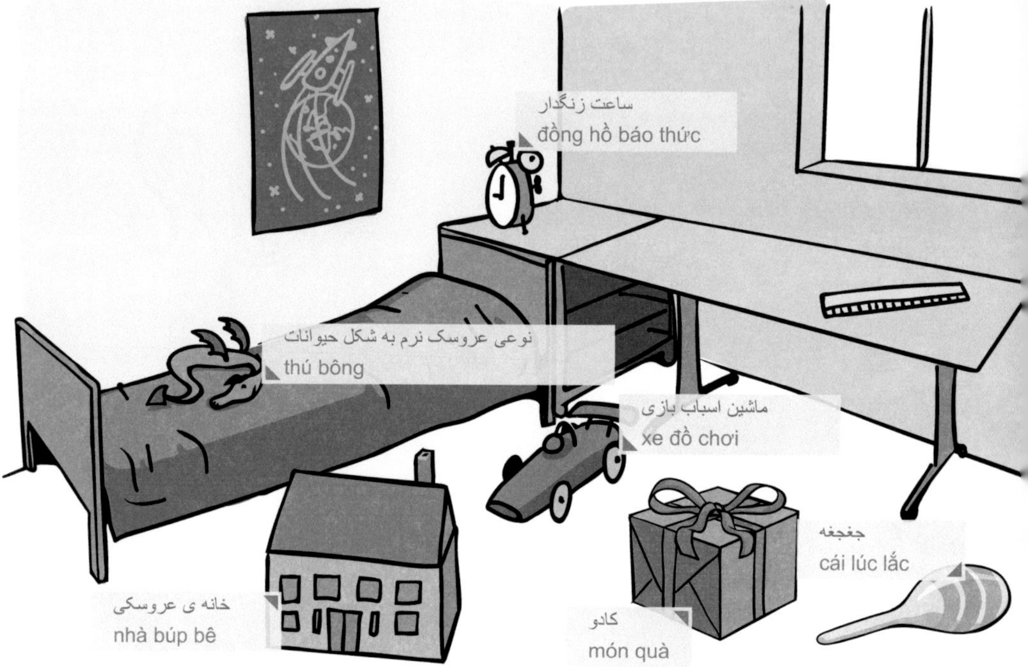

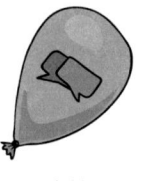

بادکنک

bong bóng

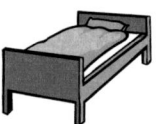

تخت خواب

giường

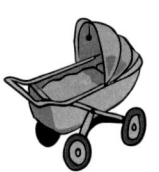

کالسکه بچه

xe nôi

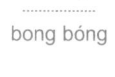

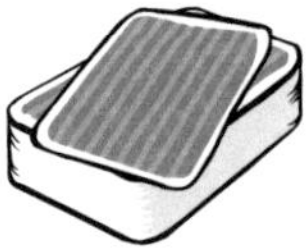

بازی ورق

trò chơi bài

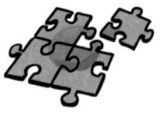

پازل

trò chơi ghép hình

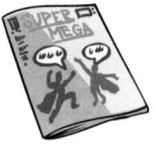

داستان مصور

truyện tranh

اسباب بازی لگو

gạch Lego

خانه سازی

khối xếp hình

عروسک شخصیت های فیلم و کارتون

nhân vật hành động

لباس نوزاد

o liền quần cho trẻ sơ sinh

فریزبی

đĩa nhựa để ném

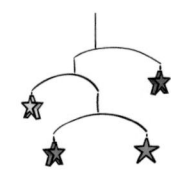

نوعی اسباب بازی که روی تخت نوزاد
یا کودک نصب می شود

đồ chơi treo trên giường

بازی روی صفحه

trò chơi cờ bàn

تاس

xúc xắc

قطار اسباب بازی

đồ chơi xe lửa mô hình

پستانک

ti giả

مهمانی

buổi tiệc

کتاب مصور

sách tranh

توپ

quả bóng

عروسک

búp bê

بازی کردن

chơi

جعبه شنی مخصوص بازی کودکان

hố cát

تاب

cái đu

اسباب بازی

đồ chơi

کنسول بازی های کامپیوتری

máy chơi game cầm tay

سه چرخه

xe ba bánh

خرس عروسکی

gấu bông

کمد لباس

tủ quần áo

جوراب

bít tất

جوراب زنانه ساق بلند

bít tất dài

جوراب شلواری

quần tất

شال
khăn choàng cổ

چتر
ô che mưa

تی شرت
áp phông

کمربند
dây thắt lưng

پوتین
ủng

دمپایی
dép đi trong nhà

کفش ورزشی کتانی
giày sneaker

صندل
dép xăng đan

کفش
giày

چکمه پلاستیکی
ủng cao su

شرت
quần lót

سوتین
áo ngực

جلیقه
áo vest

بادی

áo ôm sát cơ thể

شلوار

quần dài

جین

quần bò

دامن

váy

بلوز

áo cánh

پیراهن

áo sơ mi

پولیور

áo len chui đầu

سویی شرت

áo len

نوعی کت

áo blazer

ژاکت

áo jacket

کت بلند

áo khoác

بارانی

áo mưa

لباس نمایش

trang phục

لباس

áo váy

لباس عروس

áo cưới

کت و شلوار

bộ com lê

لباس خواب زنانه

áo ngủ

پیژامه

pijama

ساری

trang phục sari

روسری

khăn trùm đầu

عمامه

khăn đội đầu

برقع

áo burka

قبا

áo captan

عبا

áo aba

لباس شنا

quần áo bơi

شرت شنا

quần bơi

شلوارک

quần đùi

لباس ورزشی

quần áo tracksuit

پیشبند

tạp dề

دستکش

găng tay

دكمه

cái cúc

عینک

kính mắt

دسّبند

vòng đeo tay

گردنبند

vòng cổ

انگشتر

nhẫn

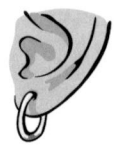

گوشواره

hoa tai

کلاه لبه دار

mũ lưỡi trai

چوب لباسی

cái mắc treo áo quần

کلاه

mũ

کراوات

cà vạt

زیپ

dây kéo phéc mơ tuya

کلاه ایمنی

mũ bảo hiểm

بند شلوار

dây đeo quần

لباس مدرسه

đồng phục học sinh

لباس فرم

đồng phục

پیش بند بچه
yếm trẻ em

پستانک
ti giả

پوشک بچه
tã lót

اداره
văn phòng

سرور
máy chủ

کمد نگهداری پرونده
tủ hồ sơ

مانیتور
màn hình

چاپگر
máy in

کاغذ
giấy

ماوس
chuột máy tính

میز تحریر
bàn làm việc

زونکن
thư mục

صفحه کلید
bàn phím

سبد کاغذ باطله
thùng rác giấy

کامپیوتر
máy tính

صندلی
ghế

لیوان قهوه
cốc cà phê

ماشین حساب
máy tính bỏ túi

اینترنت
internet

لپ تاپ

laptop

نامه

thư

پیغام

tin nhắn

تلفن همراه

điện thoại di động

شبکه ی ارتباطی

mạng

دستگاه فتوکپی

máy photocopy

نرم افزار

phần mềm

تلفن

điện thoại

پریز

ổ cắm điện

دستگاه فاکس

máy fax

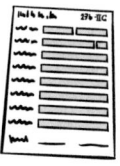

فرم

mẫu đơn

مدرک

chứng từ

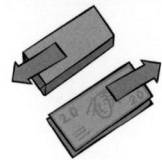

خریدن

mua

پرداخت کردن

trả tiền

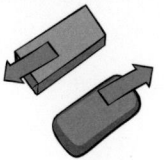

تجارت کردن

buôn bán

پول

tiền

دلار

đô la

یورو

Euro

ین

yên

روبل

rúp

فرانک سوئیس

franc Thụy Sĩ

یوان رنمینبی

nhân dân tệ

روپیه

rupi

دستگاه خودپرداز

máy rút tiền tự động

صرافی
....
quầy đổi tiền

طلا
....
vàng

نقره
....
bạc

نفت
....
dầu

انرژی
....
năng lượng

قیمت
....
giá tiền

قرارداد
....
hợp đồng

مالیات
....
thuế

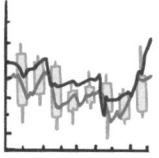

سهام سرمایه
....
cổ phiếu

کار کردن
....
làm việc

کارمند
....
nhân viên

کارفرما
....
chủ lao động

کارخانه
....
nhà máy

مغازه
....
cửa hiệu

مشاغل
nghề nghiệp

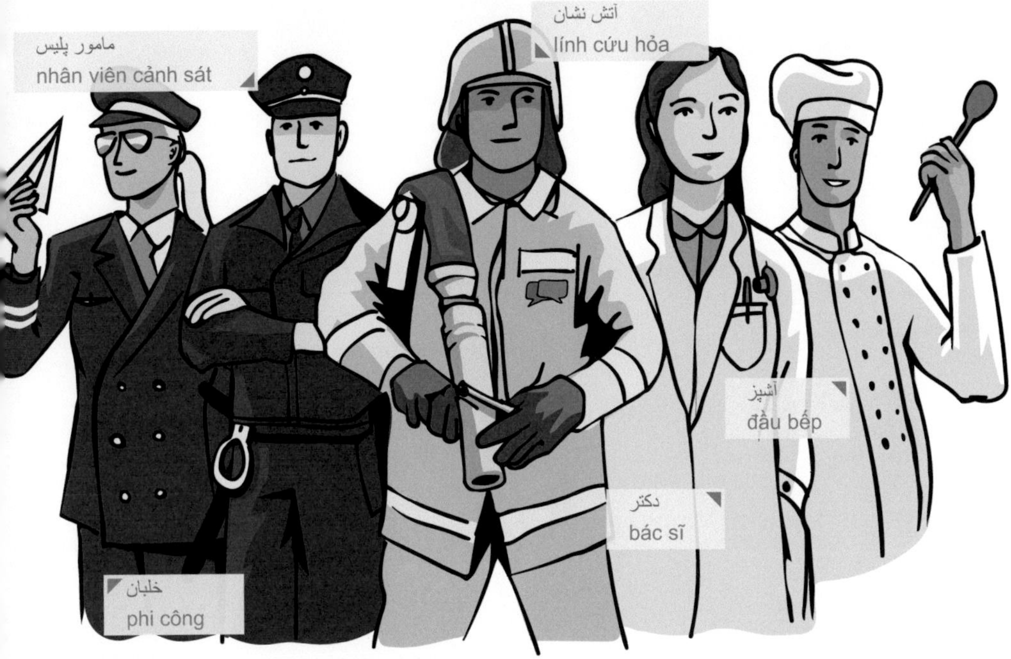

مامور پلیس
nhân viên cảnh sát
آتش نشان
lính cứu hỏa
آشپز
đầu bếp
دکتر
bác sĩ
خلبان
phi công

باغبان
người làm vườn

نجار
thợ mộc

خیاط زنانه
thợ may

قاضی
chánh án

شیمیدان
nhà hóa học

بازیگر
diễn viên

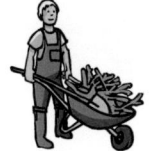

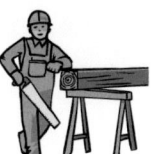

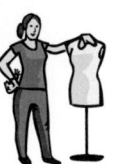

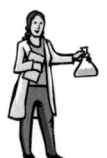

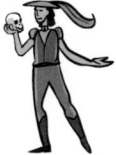

راننده اتوبوس

tài xế xe buýt

راننده تاکسی

người lái taxi

ماهیگیر

ngư dân

نظافتچی زن

người lau dọn vệ sinh

سقف ساز

thợ lợp mái nhà

شکارچی

thợ săn

نقاش

họa sĩ

نانوا

thợ làm bánh

برقکار

thợ điện

کارگر ساختمانی

thợ xây dựng

مهندس

kỹ sư

قصاب

người hàng thịt

لوله کش

thợ sửa ống nước

پستچی

người đưa thư

بوئل رستوران پیشخدمت رستوران

bồi bàn

سرباز

người lính

معمار

kiến trúc sư

صندوقدار

nhân viên thu ngân

گل فروش

người bán hoa

آرایشگر

thợ cắt tóc

مامور کنترل بلیط در قطار

nhân viên soát vé

مکانیک

thợ cơ khí

ناخدا

thuyền trưởng

دندانپزشک

nha sĩ

دانشمند

nhà khoa học

عالم یهودی

giáo sĩ Do thái

امام

lãnh tụ Hồi giáo

راهب

nhà sư

کشیش

mục sư

ابزارآلات

dụng cụ

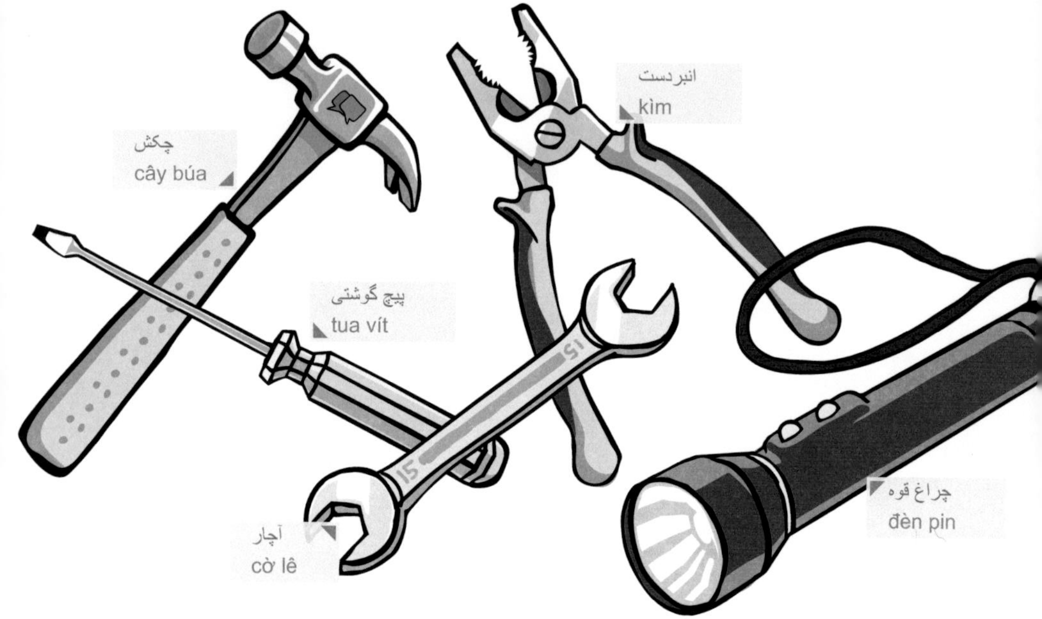

چکش
cây búa

انبردست
kim

پیچ گوشتی
tua vít

آچار
cờ lê

چراغ قوه
đèn pin

بیل مکانیکی

máy xúc đất

جعبه ابزار

hộp dụng cụ

نردبان

cái thang

ارّه

cưa

میخ

đinh

مته

máy khoan

تعمیر کردن

sửa chữa

بیل

cái xẻng

لعنتی!

khốn nạn!

خاک انداز

cái hót rác

سطل رنگرزی

thùng sơn

پیچ

vít

آلات موسیقی

nhạc cụ

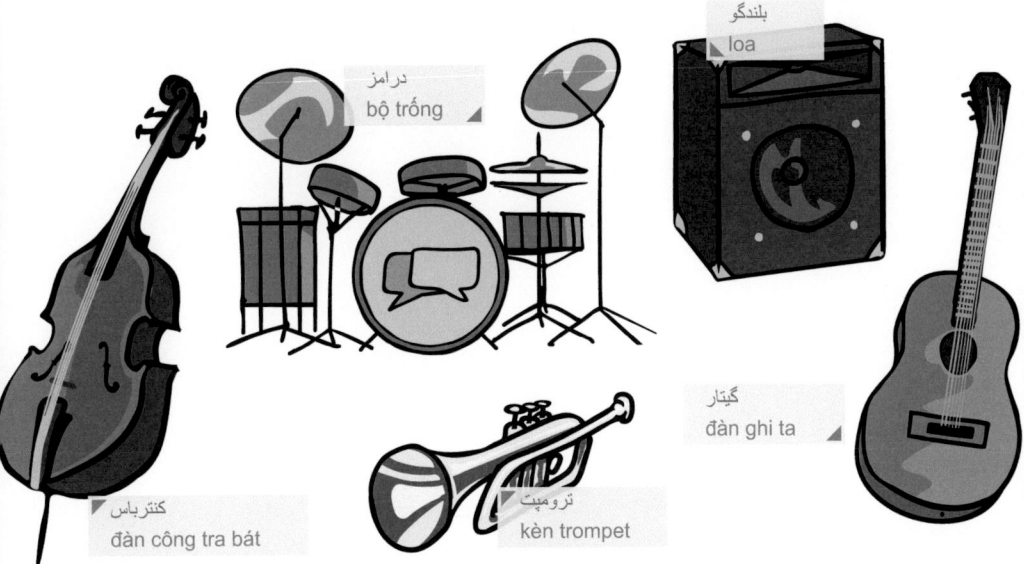

بلندگو
loa

درامز
bộ trống

کنترباس
đàn công tra bát

ترومپت
kèn trompet

گیتار
đàn ghi ta

پیانو

đàn piano

ویولن

đàn vĩ cầm

گیتار بیس

ghi ta bass

تیمپانی

trống định âm

طبل

trống

کیبورد الکتریک

đàn organ

ساکسیفون

kèn Saxophone

فلوت

sáo

میکروفون

micro

باغ وحش
vườn bách thú

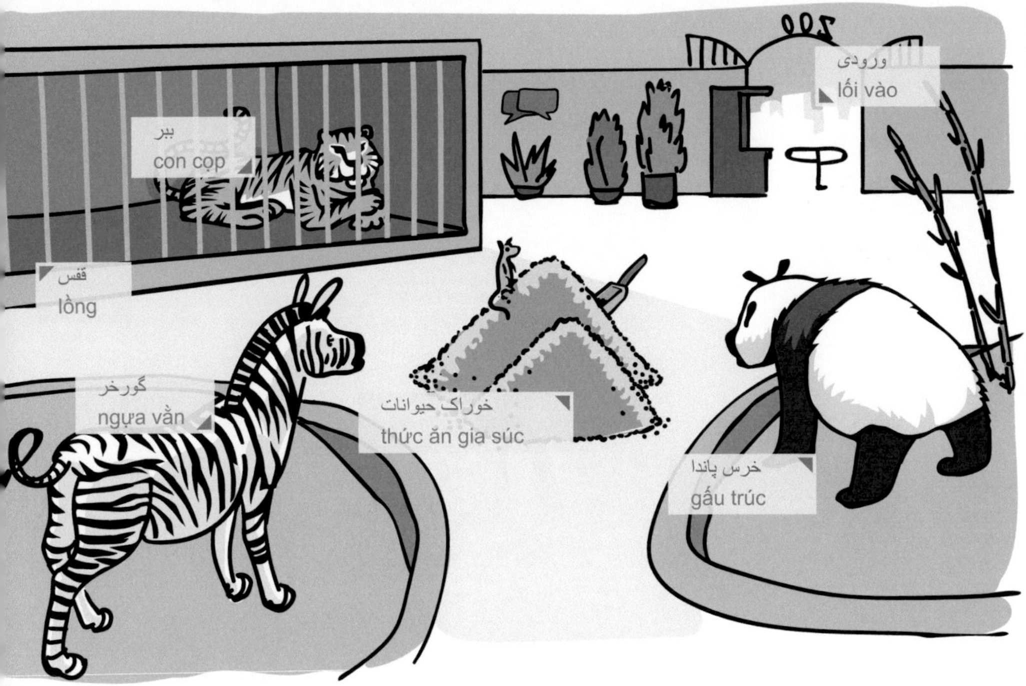
ورودی
lối vào
ببر
con cọp
قفس
lồng
گورخر
ngựa vằn
خوراک حیوانات
thức ăn gia súc
خرس پاندا
gấu trúc

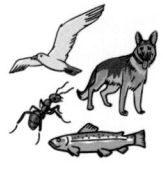

حیوانات

động vật

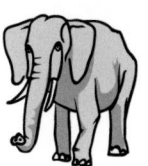

فیل

con voi

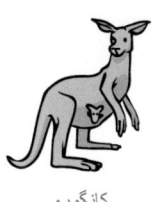

کانگورو

chuột túi

کرگدن

tê giác

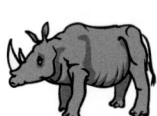

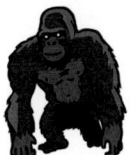

گوریل

khỉ đột

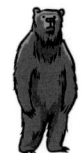

خرس

con gấu

شتر

lạc đà

شترمرغ

đà điểu

شیر

sư tử

میمون

con khỉ

فلامینگو

hồng hạc

طوطی

con vẹt

خرس قطبی

gấu bắc cực

پنگوئن

chim cánh cụt

کوسه

cá mập

طاووس

con công

مار

con rắn

تمساح

cá sấu

نگهبان باغ وحش

người trông giữ vườn bách
thú

خوک آبی

hải cẩu

پلنگ امریکایی

báo đốm

اسب کوچک
ngựa lùn

پلنگ
con báo

اسب آبی
hà mã

زرافه
hươu cao cổ

عقاب
đại bàng

گراز
heo rừng

ماهی
cá

لاک پشت
con rùa

شیرماهی
hải mã

روباه
con cáo

غزال
linh dương

فوتبال آمریکایی
bóng bầu dục Mỹ

دوچرخه سواری
đua xe đạp

تنیس
quần vợt

بسکتبال
bóng rổ

شنا
bơi

هاکی روی یخ
khúc côn cầu trên băng

بوکس
đấm bốc

فوتبال
bóng đá

بدمینتون
cầu lông

دوومیدانی
điền kinh

هندبال
bóng ném

اسکی
trượt tuyết

پولو
polo

فعالیت ها

các hoạt động

خندیدن
cười
پریدن
nhảy
بغل کردن
ôm
راه رفتن
đi bộ
آواز خواندن
ca hát
رؤیا دیدن
mơ
دعا کردن
cầu nguyện
بوسیدن
hôn

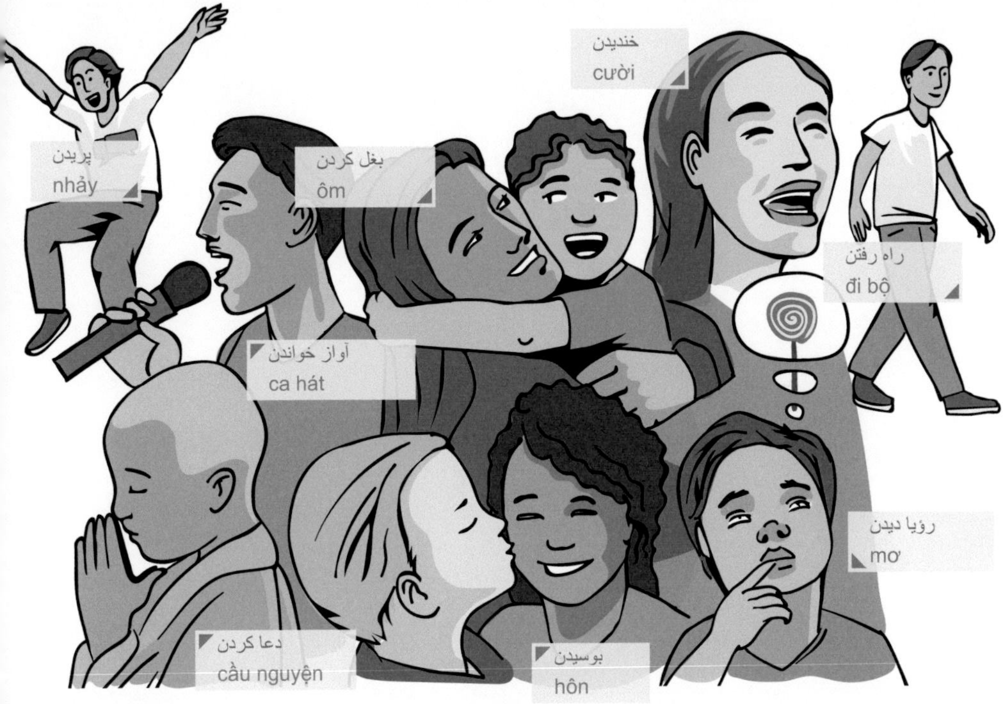

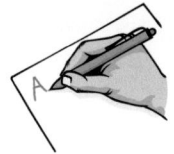

نوشتن

viết

رسم کردن

vẽ

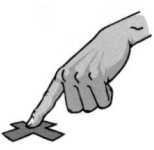

نشان دادن

chỉ trỏ

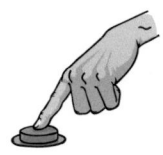

هل دادن

đẩy

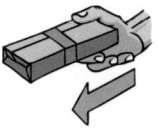

دادن

cho

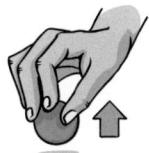

برداشتن

lấy đi

داشتن

có

انجام دادن

làm

بودن

thì / là

ایستادن

đứng

دویدن

chạy

کشیدن

kéo

پرتاب کردن

ném

افتادن

rơi

دراز کشیدن

nằm

منتظر بودن

chờ đợi

حمل کردن

mang vác

نشستن

ngồi

لباس پوشیدن

mặc quần áo

خوابیدن

ngủ

بیدار شدن

thức dậy

تماشا کردن

xem

گریه کردن

khóc

نوازش کردن

vuốt ve

شانه کردن

chải

حرف زدن

nói chuyện

فهمیدن

hiểu

پرسیدن

câu hỏi

شنیدن

nghe

آشامیدن

uống

خوردن

ăn

مرتب کردن

dọn dẹp

عاشق بودن

yêu

پختن

nấu nướng

رانندگی کردن

lái xe

پرواز کردن

bay

قایقرانی کردن

đi thuyền buồm

محاسبه کردن

tính toán

خواندن

đọc

یاد گرفتن

học

کار کردن

làm việc

ازدواج کردن

cưới

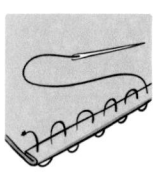

دوختن

khâu vá

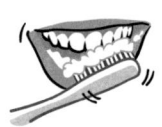

مسواک زدن

đánh răng

کشتن

giết

سیگار کشیدن

hút thuốc

فرستادن

gửi đi

خانواده
gia đình

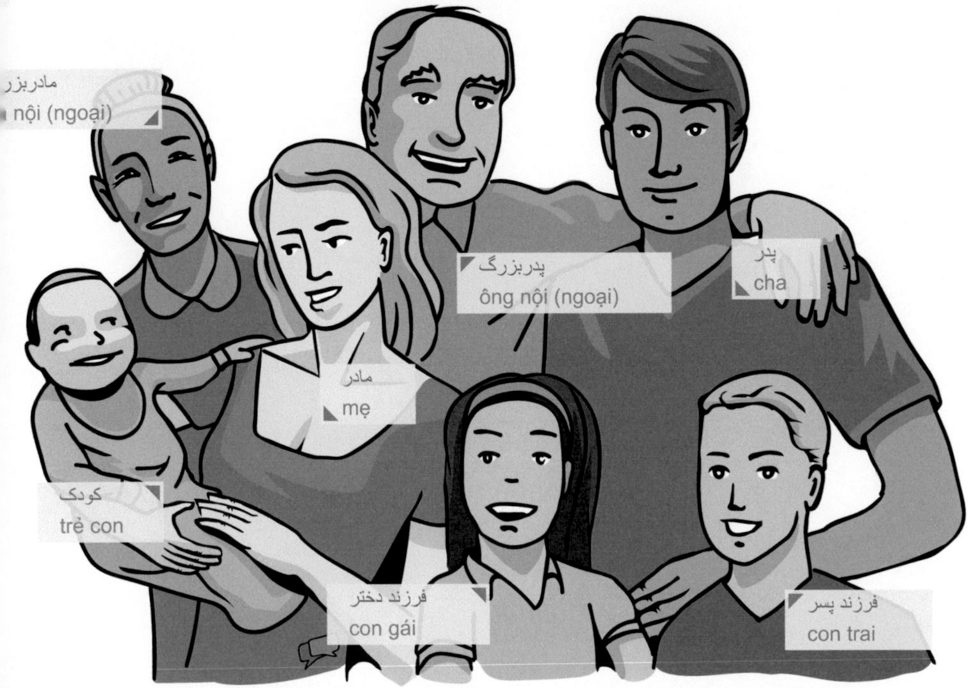

مادربزر
nội (ngoại)
پدربزرگ
ông nội (ngoại)
پدر
cha
مادر
mẹ
کودک
trẻ con
فرزند دختر
con gái
فرزند پسر
con trai

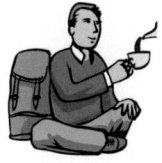

مهمان

khách

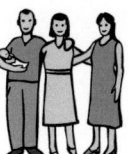

خاله، عمه

cô (dì)

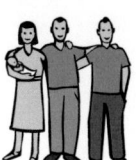

دایی، عمو

chú, bác (cậu)

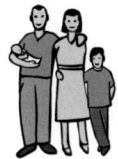

برادر

anh (em) trai

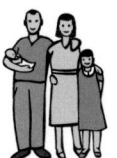

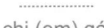

خواهر

chị (em) gái

بدن

cơ thể

پیشانی
trán
چشم
mắt
شانه
vai
انگشت دست
ngón tay
صورت
mặt
چانه
cằm
دست
bàn tay
ساق پا
chân
سینه
ngực
بازو
cánh tay

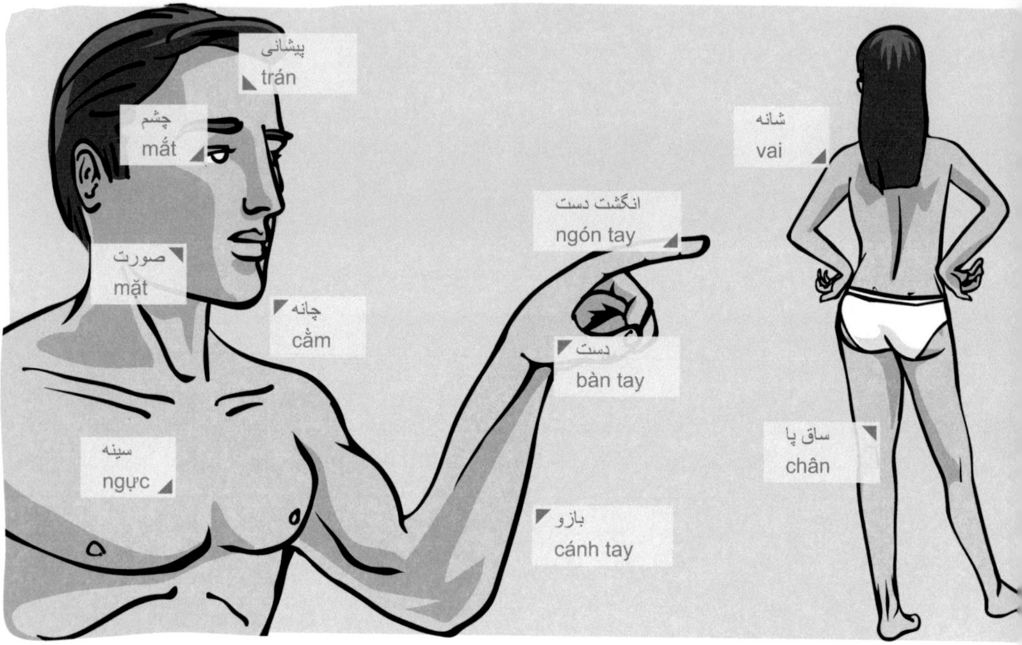

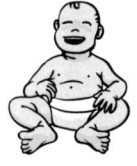

کودک

trẻ con

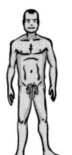

مرد

đàn ông

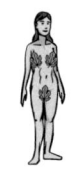

زن

phụ nữ

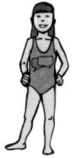

دختربچه

bé gái

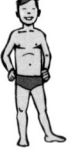

پسربچه

bé trai

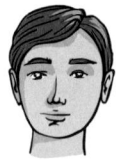

کله

đầu

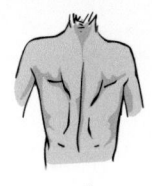

کمر

lưng

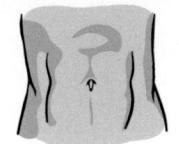

شکم

bụng

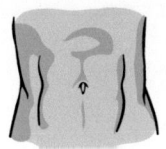

ناف

rốn

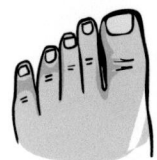

انگشت پا

ngón chân

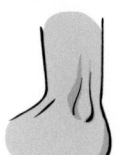

پاشنه

gót chân

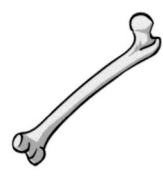

استخوان

xương

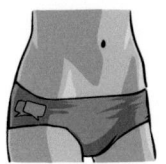

لگن

hông

زانو

đầu gối

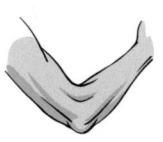

آرنج

khuỷu tay

بینی

mũi

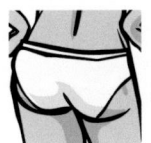

نشیمنگاه

mông

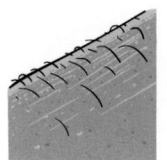

پوست

da

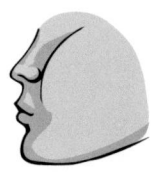

گونه

má

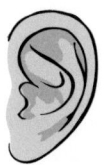

گوش

tai

لب

môi

دهان

miệng

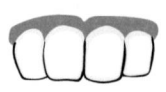

دندان

răng

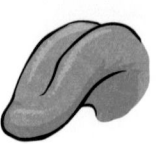

زبان

lưỡi

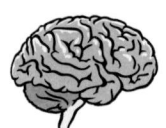

مغز

não

قلب

tim

عضله

cơ bắp

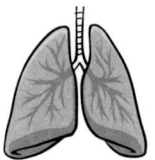

ریه

phổi

کبد

gan

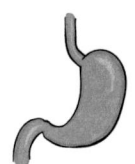

معده

dạ dày

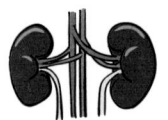

کلیه

thận

آمیزش جنسی

giao hợp

کاندوم

bao cao su

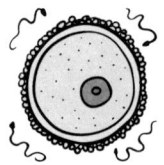

تخمک

noãn

اسپرم

tinh dịch

حاملگی

mang thai

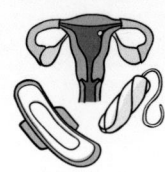

پريود

kinh nguyệt

واژن

âm vật

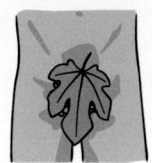

آلت تناسلی مرد

dương vật

ابرو

lông mày

مو

tóc

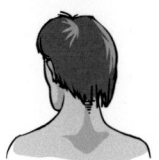

گردن

cổ

بیمارستان
bệnh viện

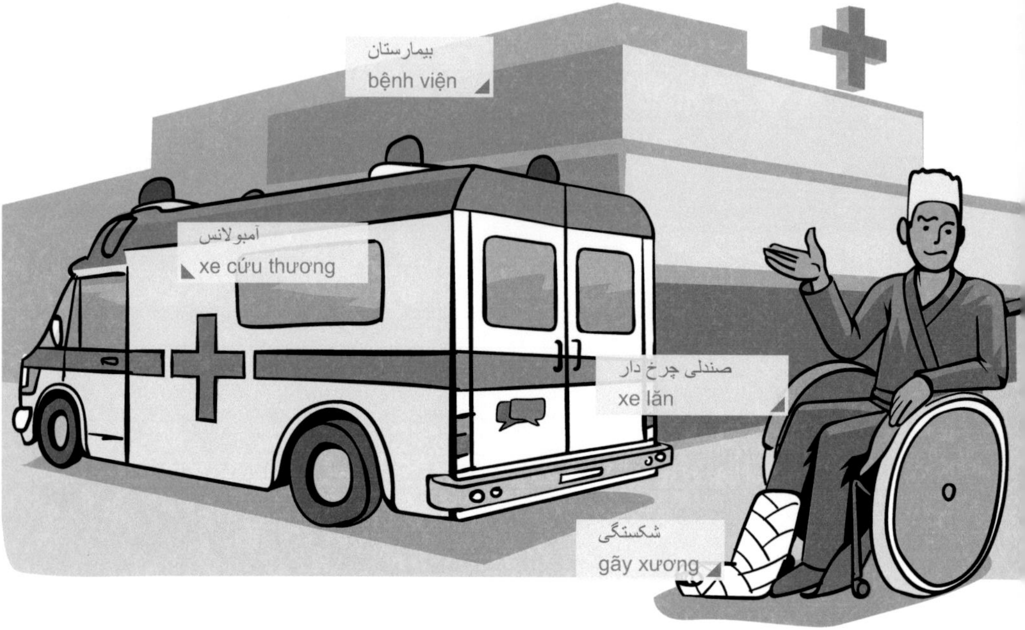

بیمارستان
bệnh viện
آمبولانس
xe cứu thương
صندلی چرخ دار
xe lăn
شکستگی
gãy xương

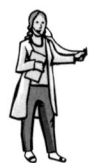

دکتر

bác sĩ

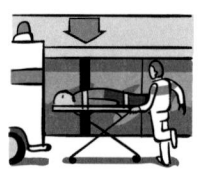

بخش اورژانس

phòng cấp cứu

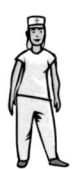

پرستار

y tá

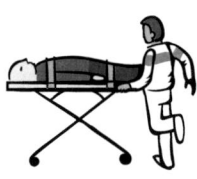

موقعیت اضطراری

cấp cứu

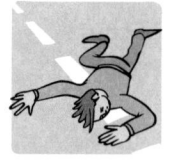

بی هوش

bất tỉnh

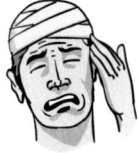

درد

cơn đau

مصدومیت

bị thương

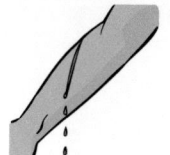

خونریزی

chảy máu

سکتهٔ قلبی

nhồi máu cơ tim

سکته مغزی

đột quỵ

آلرژی

dị ứng

سرفه

ho

تب

sốt

آنفولانزا

cúm

اسهال

tiêu chảy

سردرد

đau đầu

سرطان

ung thư

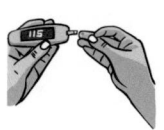

دیابت

bệnh tiểu đường

جراح

bác sĩ phẫu thuật

چاقوی جراحی

dao mổ

عمل جراحی

giải phẫu

سی تی اسکن

chụp cắt lớp

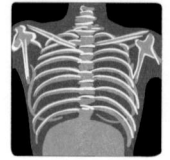

پرتونگاری

chụp x-quang

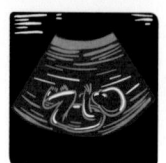

سونوگرافی

siêu âm

ماسک صورت

mặt nạ

بیماری

bệnh

اتاق انتظار

phòng đợi

چوب زیر بغل

cái nạng

چسب زخم

băng dán vết thương

پانسمان

băng bó

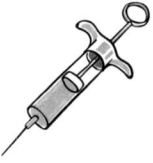

تزریق

tiêm thuốc

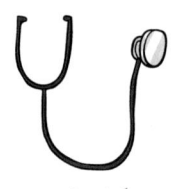

گوشی طبی

ống nghe khám bệnh

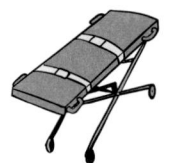

برانکار

băng ca

دماسنج

nhiệt kế

زایش

sinh đẻ

اضافه وزن

thừa cân

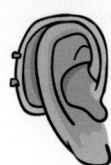

سمعک

máy trợ thính

ماده ضد غفونی کننده

chất khử trùng

عفونت

nhiễm trùng

ویروس

vi rút

اچ آی وی / ایدز

HIV / AIDS

دارو

thuốc

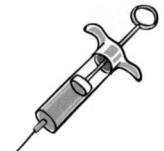

واکسیناسیون

tiêm chủng

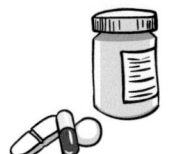

قرص

thuốc viên

قرص ضد حاملگی

viên thuốc

تماس اظطراری

gọi cấp cứu

دستگاه اندازه گیری فشارخون

máy đo huyết áp

مریض / سالم

bệnh / khỏe mạnh

کمک!

cứu!

آژیر خطر

báo động

حمله

cuộc đột kích

حمله ی فیزیکی

sự tấn công

خطر

mối nguy hiểm

خروج اظطراری

lối thoát hiểm

آتش

cháy!

کپسول آتش‌نشانی

bình chữa cháy

تصادف

tai nạn

جعبه کمک های اولیه

bộ dụng cụ sơ cứu

درخواست کمک

SOS

پلیس

cảnh sát

اروپا

châu Âu

آمریکای شمالی

Bắc Mỹ

آمریکای جنوبی

Nam Mỹ

آفریقا

châu Phi

آسیا

châu Á

استرالیا

châu Úc

اقیا نوس اطلس

Đại Tây Dương

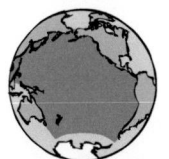

اقیانوس آرام

Thái Bình Dương

اقیانوس هند

Ấn Độ Dương

اقیا نوس اطلس جنوبی

Nam Cực Dương

اقیانوس منجمد شمالی

Bắc Băng Dương

قطب شمال

bắc cực

قطب جنوب

nam cực

قاره قطب جنوب

nam cực

کره زمین

trái đất

سرزمین

đất liền

دریا

biển

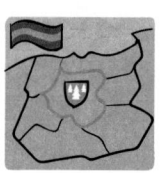

جزیره

đảo

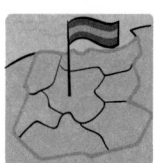

ملت

quốc gia

کشور

nhà nước

صفحه ی ساعت

mặt đồng hồ

ساعت شمار

kim chỉ giờ

دقیقه شمار

kim chỉ phút

ثانیه شمار

kim chỉ giây

ساعت چند است؟

Bây giờ là mấy giờ?

روز

ngày

زمان

thời gian

اکنون

bây giờ

ساعت دیجیتال

đồng hồ điện tử

دقیقه

phút

ساعت

giờ

tuần lễ

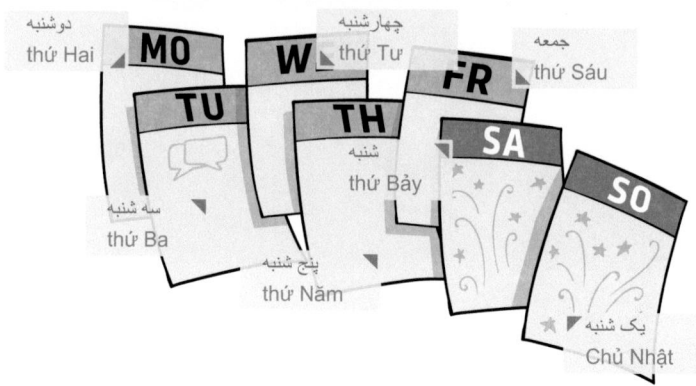

دوشنبه
thứ Hai

چهارشنبه
thứ Tư

جمعه
thứ Sáu

سه شنبه
thứ Ba

پنج شنبه
thứ Năm

شنبه
thứ Bảy

یک شنبه
Chủ Nhật

دیروز
hôm qua

امروز
hôm nay

فردا
ngày mai

صبح
buổi sáng

ظهر
buổi trưa

غروب
buổi tối

MO	TU	WE	TH	FR	SA	SU
1	2	3	4	5	6	7
8	9	10	11	12	13	14
15	16	17	18	19	20	21
22	23	24	25	26	27	28
29	30	31	1	2	3	4

روزهای کاری
ngày làm việc

MO	TU	WE	TH	FR	SA	SU
1	2	3	4	5	6	7
8	9	10	11	12	13	14
15	16	17	18	19	20	21
22	23	24	25	26	27	28
29	30	31	1	2	3	4

آخر هفته
cuối tuần

سال
năm

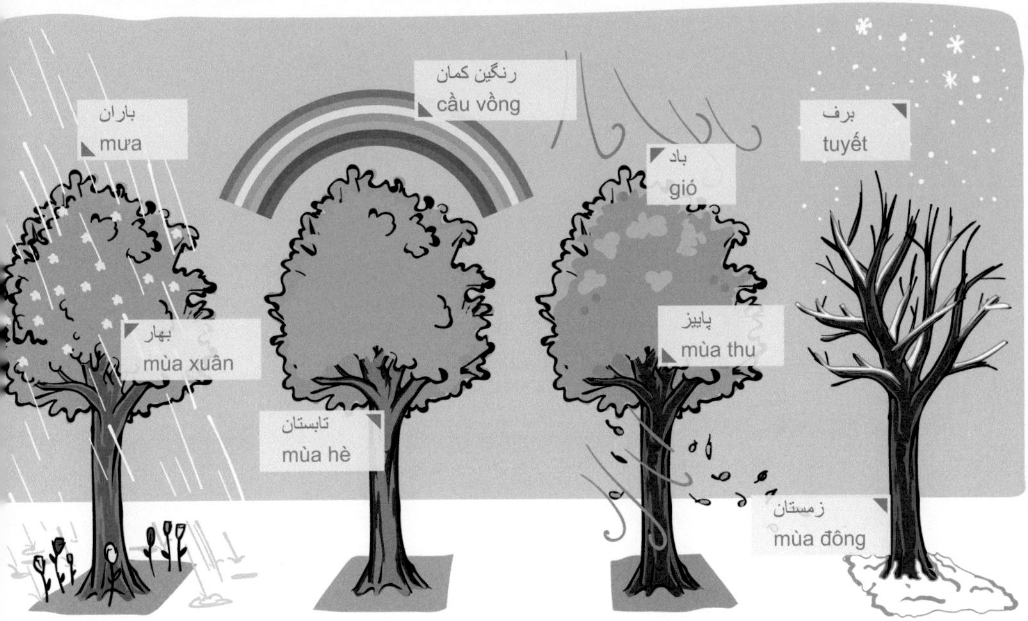

رنگین کمان
cầu vồng
باران
mưa
باد
gió
برف
tuyết
بهار
mùa xuân
پاییز
mùa thu
تابستان
mùa hè
زمستان
mùa đông

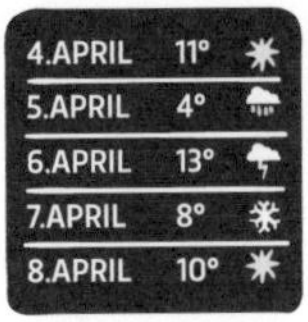

4.APRIL 11°
5.APRIL 4°
6.APRIL 13°
7.APRIL 8°
8.APRIL 10°

پیش‌بینی اوضاع جوی

dự báo thời tiết

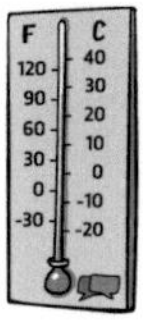

F C
120 40
90 30
60 20
30 10
0 0
-30 -10
-20

دماسنج

nhiệt kế

تابش آفتاب

ánh nắng

ابر

mây

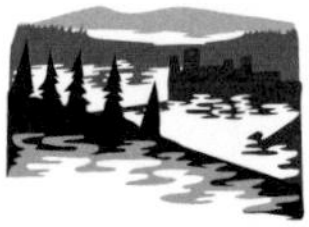

مِه

sương mù

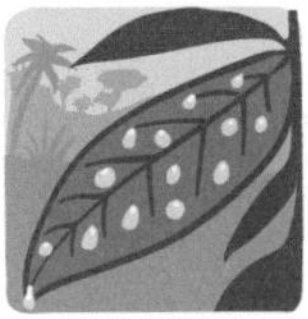

رطوبت هوا

độ ẩm không khí

صاعقه

tia chớp

آسمان غره

sấm sét

طوفان

cơn bão

تگرگ

mưa đá

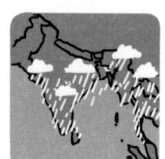

باد موسمی

gió mùa

سیل

lũ lụt

یخ

nước đá

ژانویه

tháng Một

فوریه

tháng Hai

مارس

tháng Ba

آوریل

tháng Tư

مه

tháng Năm

ژوئن

tháng Sáu

ژوئیه

tháng Bảy

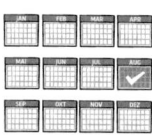

آگوست

tháng Tám

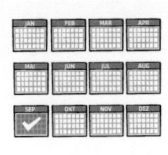

سپتامبر

tháng Chín

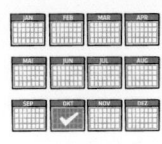

أكتبر

tháng Mười

نوامبر

tháng Mười Một

دسأمبر

tháng Mười Hai

أشكال

hình dạng

دايره

hình tròn

مربع

hình vuông

مستطيل

hình chữ nhật

سه گوش

hình tam giác

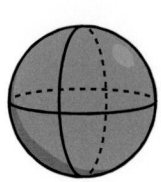

گره

hình cầu

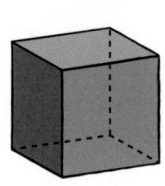

مكعب مربع

khối vuông

سفيد

màu trắng

زرد

màu vàng

نارنجى

màu cam

صورتى

màu hồng

قرمز

màu đỏ

بنفش

màu tím

آبى

màu xanh dương

سبز

màu xanh lá cây

قهوه اى

màu nâu

خاكسترى

màu xám

سياه

màu đen

خیلی / کم

nhiều / ít

خشمگین / آرام

tức tối / điềm tĩnh

زیبا / زشت

xinh đẹp / xấu xí

شروع / پایان

bắt đầu / kết thúc

بزرگ / کوچک

to / nhỏ

روشن / تیره

sáng / tối

برادر / خواهر

anh (em) trai / chị (em) gái

تمیز / آلوده

sạch / bẩn

کامل / ناقص

đủ / thiếu

روز / شب

ngày / đêm

مرده / زنده

chết / sống

پهن / باریک

rộng / chật hẹp

قابل خوردن / غیر قابل خوردن

ăn được / không ăn được

غضبناک / مهربان

ác / tử tế

هیجان زده / بی حوصله

hào hứng / chán nản

چاق / لاغر

béo / gầy

اولین / آخرین

đầu tiên / cuối cùng

دوست / دشمن

bạn / thù

پر / خالی

đầy / rỗng

سفت / نرم

cứng / mềm

سنگین / سبک

nặng / nhẹ

گرسنگی / تشنگی

đói / khát

مریض / سالم

bệnh / khỏe mạnh

غیرقانونی / قانونی

bất hợp pháp / hợp pháp

باهوش / خنگ

thông minh / ngu

چپ / راست

trái / phải

نزدیک / دور

gần / xa

نو / استفاده شده

mới / cũ

هیچ چیز / چیزی

không có gì cả / có cái gì đó

پیر / جوان

già / trẻ

روشن / خاموش

bật / tắt

باز / بسته

mở / đóng

آهسته / بلند

im lặng / ồn ào

ثروتمند / فقیر

giàu / nghèo

درست / غلط

đúng / sai

زبر / صاف

sần sùi / mịn màng

غمگین / خوشحال

buồn / vui

کوتاه / بلند

ngắn / dài

کند / تند

chậm / nhanh

تَر / خشک

ẩm ướt / khô ráo

گرم / خنک

ấm áp / mát mẻ

جنگ / صلح

chiến tranh / hòa bình

con số

0

صفر
....
số không

1

یک
....
một

2

دو
....
hai

3

سه
....
ba

4

چهار
....
bốn

5

پنج
....
năm

6

شش
....
sáu

7

هفت
....
bảy

8

هشت
....
tám

9

نه
....
chín

10

ده
....
mười

11

یازده
....
mười một

12

دوازده

mười hai

13

سیزده

mười ba

14

چهارده

mười bốn

15

پانزده

mười lăm

16

شانزده

mười sáu

17

هفده

mười bảy

18

هجده

mười tám

19

نوزده

mười chín

20

بیست

hai mươi

100

صد

một trăm

1.000

هزار

một ngàn

1.000.000

میلیون

một triệu

انگلیسی

tiếng Anh

انگلیسی آمریکایی

tiếng Anh Mỹ

چینی ماندارین

tiếng Quan Thoại

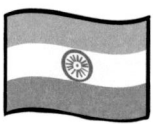

هندی

tiếng Hin-di

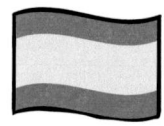

اسپانیایی

tiếng Tây Ban Nha

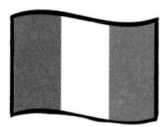

فرانسوی

tiếng Pháp

عربی

tiếng Ả-rập

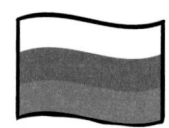

روسی

tiếng Nga

پرتغالی

tiếng Bồ Đào Nha

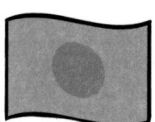

بنگالی

tiếng Bengal

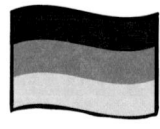

آلمانی

tiếng Đức

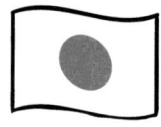

ژاپنی

tiếng Nhật

چه کسی / چه چیزی / چگونه

من

tôi

تو

bạn

♂ ♀ ○

او

anh ta / cô ta / nó

ما

chúng tôi

شما

các bạn

أنها

họ

چه کسی؟ کی؟

ai?

چی؟

cái gì?

چگونه؟

như thế nào?

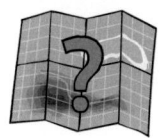

کجا؟

ở đâu?

کی؟

lúc nào?

نام

tên

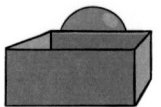

پشت

phía sau

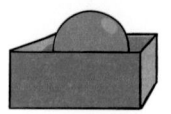

توی

ở trong

جلو

phía trước

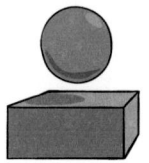

بالای

phía trên

روی

ở trên

زیر

ở dưới

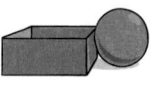

مجاور

bên cạnh

بین

ở giữa

مکان

chỗ